தொடுக்கப்படாத கனவுகள்

பதிப்பகம்

Thodukappadaatha Kanavugal

Compiled by Preethiusha

Copyright ©

Preethiusha - POETRY WORLD ORG 2021

ISBN (Paperback) - **9789390724161**

First Edition : 2021

Book Design by POETRY WORLD

தொடுக்கப்படாத கனவுகள்

தலைமை தொகுப்பாளர்

பார்கவி சிவபிரகாஷ்

தொகுப்பாளர்

பிரீத்தி உஷா.பே.க

தொடுக்கப்படாத கனவுகள்

இந்த அகிலத்தில் தொடுக்கப்படாத/

நிறைவேற்றப்படாத கனவுகள் ஏராளம். அவற்றை

எல்லாம் நம் கவியின் மூலம்இவ்வுலகில்

தொடுத்து மகிழ்ச்சி அடையும் நோக்கத்தில்

படைக்கப்பட்டது இந்த கவிதைத் திரட்டு.

தலைமை தொகுப்பாளர்

இவள் திருமதி.பார்கவி சிவபிரகாஷ், மஞ்சள் மாநகரமான ஈரோட்டை சேர்ந்தவள். இவள் புனைப்பெயர் "கவியின் கவிதை". கணிதவியல் முதுகலை பட்டம் முடித்தவள். இன்று தன் கனவுகளை முழு மனதோடு ஆர்வமாய் பின் தொடர்கிறாள்.

தனது இன்ஸ்டாகிராம் பக்கத்தில் (*@kaviyinkavithai*) ஏறத்தாழ 2500க்கும் மேற்பட்ட குறுங்கவிதைகள், நீள்கவிதைகள் பல புனைந்துள்ளார். *Spectrum of thoughts*ல் இணை எழுத்தாளராகவும், தன் முதல் கவிதை திரட்டான *"Enticement of fondness*/காதலின் தாகங்கள்" தொகுத்துள்ளார். இப்பொழுது *Poetry World Organisation*ல் தலைமை தொகுப்பாளராய் பல கவிதை திரட்டினை வழங்கி வருகிறார்.

உனக்கான எந்தன் ஆசை

உனக்கான நாட்களாய்

உன்னோடு வாழ ஆசை..

உன்னால் மட்டுமே

உன்னவள் முகம்

மலர ஆசை..

உன் தோள் சாய்ந்து

அன்றாட கதைகளை

கதைத்திட ஆசை..

உன் விழி பார்த்து

காதல் மொழி

பரிமாற ஆசை..

நரை தழுவி கை ஊன்றும்

காலம் வரையிலும்

நமக்கான உயிர்வினை கொண்டு

அகம் நிறைவாய் வாழ பேராசையோ ஆசை...!

கவியின் கவிதை

தொகுப்பாளர்

இவள் பெயர் பே.க.பிரீத்திஉஷா., தற்போது ஸ்ரீநிதி

தனசேகரன் என்னும் புனைப்பெயரில் கவிகள் புனைந்து

வருகிறாள். தென்றல் வீசும் பொதிகை மலை அடிவாரத்தில்

உள்ள திருவள்ளுவர் கல்லூரியில் இளங்கலை ஆங்கிலம்

பயின்று வருகிறாள். "திக்கெல்லாம் புகழுக்கும்

திருநெல்வேலி" மாவட்டத்தில் தாமிரபரணி நதிக்கரையோரம்

வசிக்கிறாள். பாரதியின் கவியால் தமிழ் மொழி மீது பற்று

கொண்டவள்.சிறு சிறு கவிகள் மற்றும் கட்டுரைகள்

புனைகிறாள்.

கானல் நீர்

அமுதே!

என்னவனும் நானும் கைசேர!

நீ கருவாக வளர்ச்சி பெற!

ஒவ்வொரு மாதமும் மகிழ்ச்சியுற்று ரசிக்க!

கைகளில் வளையல் குலுங்க!

நீ அதைக் கேட்டு எனை உதைக்க!

நீ அகிலம் வந்து எங்களை பார்க்க!

சந்தோஷத்தின் உச்சியில் என்னவன் திகைக்க!

உன் கைவிரல் எங்களோடு கோர்க்க!

முத்தமழை உன்மேல் நான் பொழிய!

உன் முதல் மொழி நானாக இருக்க!

உலகமெல்லாம் நீ என்னவனோடு உலாவ!

ஆனந்த வெள்ளமாய் நம் குடும்பம் சிறக்க!

என்னவனோடு எனக்கும் சிறிய ஆசையம்மா!

ஆனால், என்னவனும் நானும் கண்ணீரிலே..

- ஸ்ரீநிதி தனசேகரன்

உள்ளடக்கம்

அம்மா

பத்து மாதம் கருவில் சுமந்தாய்!

பன்னிரண்டு மாதம் இடுப்பில் சுமந்தாய்!

உன் இரத்தம் முறித்து பாலாக்கினாய்!

நித்தம் எனக்கு அமுதூட்டினாய்!

உயர்வான அன்பைத் தந்தாய்!

உறவான அடைக்கலம் தந்தாய்!

மூன்றெழுத்தில் மூச்சினைத் தந்தாய்!

அந்த மூன்றெழுத்து மந்திரத்தின் மூலதனமானாய்!

என் அம்மா!

உன் உயிர் தந்து என்னை உருவாக்கிய உனக்கு

இந்த உலகின் சிறந்த அன்பை

நானும் பரிசளிப்பேனே!

காவியா செங்கொடி

அம்மா

அம்மா உன்னை நினைத்து கவிதை

ஒன்று எழுதினேன் தீர்ந்தது என் பேனா மை!

நான்கு வார்த்தைகள் உன்னை

நினைத்து 'உலகம்' என்றேன்!

மூன்று வார்த்தைகள் உன்னை

நினைத்து'அம்மா' என்றேன்!

இரண்டு வார்த்தைகள் உன்னை

நினைத்து'தாயே' என்றேன்!

ஒரு வார்த்தையில் உன்னை எழுத நினைத்தேன்
வார்த்தைகள் வரவில்லை....

உன்னை நினைத்து நடந்தேன் தடுமாறி
விழுந்தேன்....'ஆ' என்றேன்...ஓடி வந்தாய் நீ அம்மா
அப்போது நினைவுக்கு வந்தது உன்னை 'ஆ' என்று
ஒரு வார்த்தையில் அழைக்கலாம் என்று... அம்மா..

சு.பால முருகன்

அன்னை

எனக்கு ஊனை கொடுத்து குருதி ஓடச் செய்தவளே!

என் உயிரை கேட்காமல்

உன் உயிரை தருகிறாயே இதனை

நான் என் சொல்வேன்!

என் வாழ்வில் இசை ஊட்டியவளே,

எந்தன் புற்களின் மீது பனி மூட்டியவளே,

உந்தன் வியர்வை மழை சிந்தி

என் தோட்ட பூக்களை பூக்க செய்கிராயே

இதனை நான் என் சொல்வேன்!

ஊர் குருவியாய் பறந்த என்னை

ஊர் பேசும் அளவிற்கு வளர்த்த

எந்தன் ஆருயிரே நீ எங்கு இருக்கிறாய்?

நான் கொண்ட ஆசைகளை உன் தோளில் சுமந்தது
ஏன்?

எனக்கு முடியளவும் துயரம் தராமல் முடி சூடச்
செய்தவளே!

உன்னை அரியணையில் அமர வைத்து அழகு
பார்க்கும்   நாள் எப்போது?

உன் சுவாச காற்றை எனக்காக சுவாசித்தவளே
எனக்காக உலகில் வாசம் செய்தவளே உனக்காக நான்
என் செய்வேன்?

M.Lakshmanan

அவன் (கனவின்) குரல்!

தட்டி விட்ட தடைக் கற்கள்,

தரையில் மிதிப்பட்டு போகிறது...!

திரையில் கண்ட - என் கனவு

தடயமின்றி போகிறது...!

தொப்புலில் பிறக்கும் எம்பிறப்பை,

தொலைய செய்தது சில இழப்பு...!

தினந்தோறும் என் உழைப்பை,

திருடி செல்கிறது என் நினைப்பு...!

தொடர்ந்த நாளில் அவனின் குரல் - இன்னும்

துடித்து கொண்டே இருக்கிறது...!

தோல்வி துளிகளை தோணி செய்து,

தூது அனுப்பினேன் சிலர்க்கு...!

தடைகள் என்றும் தழைத்து மலர்ந்தாலும்,

தவறிய வழியில் பணத்தை இறைக்காதே,

தாமரை மலர்போல் என்றும் நீருடன் ஒட்டதே...!

அப்சல் அகமது

ஆசை

எல்லோருக்கும் ஆசை இருக்கிறது

பணக்காரனாக!

எல்லோருக்கும் ஆசை இருக்கிறது

ஆடி காரில் உலா வர!

எல்லோருக்கும் ஆசை இருக்கிறது

தங்க, வைர நகைகள் வாங்கி குவித்திட!

எல்லோருக்கும் ஆசை இருக்கிறது

நோய் நொடி இன்றி வாழ்ந்திட!

எல்லோருக்கும் ஆசை இருக்கிறது

வெளிநாடு சுற்றுலா சென்று வர!

ஆனால்,

எவருக்கும் ஆசை இல்லை

இயற்கை வளத்தை காத்திட!

வே. ச பிருந்தா

இயற்கை

நீல வானில் நிக்கிதா மழை!

அழகான தூரல் அசைந்தாடும் தென்றல்!

கூட்டமாக குருவிகள் கூத்தாடும் நிகழ்வு!

இந்த மழைத்தூரலில் இனிக்கும்

இரவு பொழுது!

இருண்டு மேகங்கள் பொழிந்தது

மழைத் துளிகள்!

மின்னல்கள் எடுத்தன அழகான

புகைப்படங்கள்!

சீக்கிரமாய் வந்தன சில்லென காற்று!

குளிரான பனி காற்று அணைக்க

நெருப்பு!

ஐம்பூதம் அனைத்தையும் கண்ட

நிக்குற நிகழ்வு!

ஆழகான நினைவு ஆச்சரியமான உணர்வு

கிடைத்தது எனக்கு.....

நிவேதா

உந்தன் விழிகள்

கல்லில் அடிவாங்கிய

நாயை போல

களத்தில் அடிவாங்கிய

நெற்கதிர் போல

பட்டினியில் அடிவாங்கிய

சிறு குழந்தைகள் போல

சூரிய ஒளியில் அடிவாங்கிய ஆள் போல

பூனையிடம் அடிவாங்கிய

சிறு எலி போல

புலியிடம் அடிவாங்கிய

புள்ளி மான் போல

உன் பார்வையில்

அடிவாங்கிய

புத்திஉள்ள காதலன் யான்......

ரோகிணி செல்வகுமார்

என்னவளே

பத்து மாதம் கருவறையில் சுமந்தவளே....

மீதி காலம் பாச அறையில்

பாதுகாத்தவளே....

குழந்தை பருவத்தில் மார்பில் சுமந்தவளே....

பள்ளி பருவத்தில் உன்னுள் என்னை
அரவணைத்தவளே.....

கோவில் கோபுரமாய் பிரகாசமாக இருந்த தேவியே ...

குழந்தை பருவத்தில் அறியாமல் உன்னை எட்டி
உதைத்த பாவி -

மனைவி சொல் கேட்ட மகன்...

கணவன் சொல் கேட்ட மகள்...

ஏனோ இருவருக்கும் புரிய வில்லை

அம்மா என்றால் கடவுள் என்று...

இவளை விட்டால் வேறு ஏதும் இல்லை என்றும்...

என்னவளே.. என்னவளே...

ரா.மணி சுடலை அரசன்

என்னவனின் உன்னவள்

காதலா...என் கனவு காதலா...!

முடிந்து விடியும் இரவுகளை;

உன் முடியாத முத்தங்களால் வெல்ல,

படுக்கையில் பாதியை;

உன் பெயரில் பட்டா செய்து கொள்ள,

பகிர்ந்து வாழும் பழக்கத்தை;

நம் தலையணை சொல்ல,

நீ நகர்ந்த பின்பும் உன் வாசனை;

என்னை கமழ்ந்துச் செல்ல,

என்னோடு நீ இருந்து;

உன்னோடு நான் மகிழும் தருணங்களை பதிவிடவே;

ஒவ்வொரு வருடமும் ஒரு நாட்குறிப்பை

பத்திரப் படுத்துகின்றேன் - அதை அறிந்து

புயலென நீ வருவாயா,

புதுக்கவிதைகள் பல படைக்க,

பின் காற்றெனச் சுவாசத்தில் கலப்பாயா? காதல்
காவியம் ஒன்று உரைக்க!

என்னவனை எதிர்நோக்கும் உன்னவள்

என் காதலி

விழிக்கும் விடியலாய் என் கனவில் விழிக்கும்
தேவதையும் நீயேயடி.

மல்லியின் வாசம் மிகுந்த கூந்தலால் என் மனதை
பறித்தவளும் நீயேயடி.

சிரிப்பில் எனை கடத்தி நெஞ்சில் எனை சுமக்கும்
வாழ்க்கை துணைவியும் நீயேயடி.

தாய்மையின் பாசம் கொண்டு எனை சிறப்பிக்கும்
காதலியும் நீயேயடி.

தேன் சிந்தும் இதழசைத்து பேசும் வார்த்தைகளால்
எனை மெய்சிலிர்க்க வைப்பவளும் நீயேயடி.

அழகினால் எனை வதைக்கும் திறன் பெற்ற தேவியும்
நீயேயடி.

நு. பொன் நித்தீஷ்

என்றும் மனதில் நீயே!

கண்ணே என் கலைமானே!

உன்னை எண்ணிய போதெல்லாம்

ஏதேதோ மாறுதல் கண்டேன் பெண்ணே!

உன் அருகில் வாழும் வாழ்க்கையை

எண்ணி என் கால்களும் மனமும்

உன்னைத் தேடுதே கண்ணே!

தூரம் பல இருந்தாலும், துயரம் பல கொண்டாலும்

உன்னை நினைத்த நேரத்தில்அனைத்தும் அகலும்!

என் வாழ்க்கையில் உன்னுடன்

வாழ துடிக்கும் என் நினைவினை,

நிஜமாய் மாற்றி நினைவு கொடு கண்ணே!

காலம் முழுவதும் உன் கரங்களை

பிடிக்க ஆசையடி உன்னை

கரம் பிடிக்கும் காலத்தை எண்ணி

என் மனம் வாடுதடி கண்ணே!

என்றும் உன் நிழல் போல நான்!

இசை கணேசன்.

ஏனென்றால் அவள்

உலகை காண கனவு கண்டாள்,

கருவிலேயே கலைக்கப்பட்டாள்.

புவியில் தவழ கனவு கண்டாள்,

கள்ளிப்பால் ஊட்டி கொல்லப்பட்டாள்.

புத்தக வாசம் நுகர கனவு கண்டாள்

அடுப்பங்கரை புகையை நுகரவைக்கப்பட்டாள்.

மேலே உயர கனவு கண்டாள்,

படுக்கை அறைக்கு அழைக்கப் பட்டாள்.

காதலனை மணக்க கனவு கண்டாள்,

விதவையாக மாற்றப்பட்டாள்.

தன் காலில் நிற்க கனவு கண்டாள்

அடங்காபிடாரி பட்டம் சூட்டப்பட்டாள்.

கண்ட கனவுகள் எல்லாம் கலைக்கப்பட்டன,

ஏனென்றால் அவள் பெண்!

Anroje

ஒருதலைக் காதல்

அழகி அவளிடம் எப்படி பேச

எனும் ஒத்திகையில் உதயம்!

மயங்கிய மனமும் உள்ளுக்குள்

பேசி வெள்ளோட்டம் பார்க்கும்!

அவளது முந்நூறு கிராம்

இதயத்தில் இடம்பிடிக்கவே!

இரவுதூக்கம் கெட்டு இனிய

வார்த்தைகள் இரவல் வாங்கவே!

நேரில் பார்த்தும் நேசமிகு

காதலை கதைக்காத உள்ளம்!

விருப்ப பெண் நினைவாலேயே

ஊமையாகி உலகில் உலவுமே!

அவள் பெயரை நொடிக்கு

ஒருமுறை உச்சரிக்கும் உதடுகள்!

அவள் வீட்டை கடக்கையில்

அனிச்சையாக திரும்பும் கண்கள்!

புகைப்பட முகம் பார்த்தே

புன்னகையில் விடியும் பொழுதுகள்!

பாரபட்சம் பாராமல் பகலில்

வரும் அவளது கனாக்கள்!

தனிமை எனினும் ஒட்டி

உறவாடும் அவள் நினைவுகள்!

பயம், பதற்றம், சுமைகளுடன்

இருந்தாலும் சுகம் தானே!

உதிரா வார்த்தையில் உயிர்ப்புடன்

இருக்கும் ஒருதலை காதல்!

நந்தா

ஒருதலைக் காதலன்

காரிருளை கருங்கூந்தளாய் கொண்டவளே!

வெண்நிலவையே அழகால் வென்றவளே!

விண்மீன்களை இரு விழியாய் உடையவளே!

குயிலும் தோற்று போகும் உந்தன் குரலிடத்திலே!

உன்னை சேலையில் கண்ட கணம் முதல் உறக்கமின்றி
தவித்தேனடி!

உன்னை கண்ட கணம் முதல் என்னையே மறந்தேனடி!

உந்தன் நடையை கண்டதால் நான் நடையற்று
போனேனடி!

நித்திரையிலும் உந்தன் நினைவுகள் என்னை
நிம்மதியாக இருக்க விடவில்லையே அது ஏனடி!

உன்னிடம் பேச முற்படும்போதெல்லாம் முரண்பட்ட
மாற்றங்கள் யாவும் எனை சூடி கொண்டது ஏன் என
அனுதினமும் குழம்புகிறேனடி!

ஆனால் நீயோ என்னை வேண்டாமென எட்டி
உதைக்கிறாய் அது ஏனடி!

நீ என் மனதை எட்டி உதைத்தும் அந்த காயத்திற்கு
மருந்தாய் உன்னை தான் எதிர்ப்பார்க்கிறதே என் மனம்
நான் என் செய்வேன்!

இப்படிக்கு உந்தன் நினைவுகளுடனும், நீ தந்த
காயங்களுடன் விடைபெறும் ஒருதலைக் காதலன்!

மு. சூர்யா

கனா காணும் காரிகை

குட்டிக் குட்டிப் பூக்கள் சிரத்தில் சூடி,

குறுநகை புரிந்து ஏடுகளை சுமந்து,

விறுவிறுவென்று அன்ன நடையிட்டு

பகலவனின் நிறத்தை முகத்தில் கொண்டு,

என் கண்களைக் கவர்ந்த காரிகையே!

துயிலும் முன் என் செவி கேட்பது உன் குரலையே!

உன் வனஜ முகத்தை என் மனதில் வரைந்தேன்!

உன்னுடன் வாழ எண்ணிலடங்கா ஆசைகள்
என்னுள்ளே!

நம் பெயர் போல நாமும் என்றுமே
பிரியாதிருப்போம்.....

நீ அமர்ந்து ஏடு எடுத்த இடத்தில்

நானேடாக இருக்கலாமென்று இச்சைக் கொள்கிறேன்...

நீ விட்டுச் சென்ற ரோஜாப்பூவிலும்,

தேனீக்களானது தேனை ருசிக்கின்றனவே!

என் வாழ்வில் முதலும் நீயே! முடிவும் நீயே!

எப்பொழுது, உன் நுதலில் திலகமிடுவேன்?

என்று ஆற்றாதிருக்கிறேன் நான்.....

தேன்மொழி

காதல்

அதிகமாய் பேசுவது

அன்பின் தொடக்கம்..!

கொஞ்சிப் பேசுவது

காதலின் தொடக்கம்..!

கொண்டாடி பேசுவது

நட்பின் தொடக்கம்..!

ஆறுதலாய் பேசுவது

உறவின் தொடக்கம்..!

கோபமாய் பேசுவது

உரிமையின் தொடக்கம்..!

அமைதியாய் இருப்பது

பிரிவின் தொடக்கம்..!

யாரிடமும் இறங்கி போகாத நான் பலமுறை

இறங்கி தோற்றுப் போகிறேன் ஆனாலும்.....

பாவி மனம் உன் ஒருவனின் அன்புக்கு தான்

வெட்கமே இல்லாமல் ஏங்கித் தவிக்கிறது....!

சீதா ராமச்சந்திரன்

காதல் கனவுகள்

வானம் பொழியும் மழை துளிகளை சேகரித்து

சிலை வடித்தான் இறைவன்!

பால் நிலவே தினமும் ஓர் தேனிலவு

போக வேண்டும் உன்னுடன்!

சிகப்பு தேன் பருக வேண்டும்

சிவந்த உன் உதடுகளை சிவக்க வைப்பேன்!

உன் கூந்தலில் இயற்கையாகவே வாசம் உண்டா?

முகர்ந்து தேடி கூந்தல் கடலில் மூழ்க வேண்டும்!

என் ஆசையின் முத்திரைகளை அங்கு

அங்கு பதிக்க தான் வேண்டும்!

இதுவரை நான் ருசிக்காக பழச்சாற்றை

ருசிக்க கனிகளை பிழிய தான் வேண்டும்!

பெண்மையை உணர்ந்த நீ இன்பத்தில்

உச்சங்கள் அடைய அங்கு சிந்தாமல் என்

முத்தங்களை தருவேன்!

கவிபிரியன் ராவணன்.

காதல் துளிகள்...

காற்றில் மிதக்கிறேன்

கனவு என்னும் கானல் நீராய்!

பனையாய் நிற்கிறேன்

உன் பார்வை ஒன்றிற்காக!

சூரியனை போல் சுற்றினேன்

நீ செல்லும் வீதி எங்கும்!

மெழுகு போல் உருகினேன்

சில மொழிகள் பேசுவதற்காக!

குழந்தை போல் திகைத்தேன்

உந்தன் குரல் கேட்க!

பூவை சுற்றும் தேனீ போல்– என்னை

சுற்றும் உந்தன் நினைவுகளை ரசித்தேன்!

நிலவை துரத்துகிறேன்

விடிந்ததும் உன் முகம் காண!

நிற்காமல் ஓடுகிறேன்

நீ நிற்கும் இடத்தை தேடி!....

மா.பாரத்திபன்

காதல் வேண்டி...?

உன் மைவிழி ரெண்டும்

என் மீது போர்தொடுக்க

என் நிழலும் கூட உன்னைச்

சுற்றி தான் நடக்க...!

காந்தக் கண்ணால் பல வசியங்கள் பேசி

பனிக்கூழிதலால் சில புன்னகை வீசி...!

வீட்டில் தூக்கம் விடுத்து

வகுப்பில் படிப்பைக் கெடுத்து

உன் ஒரப்பார்வை ஈரக்காற்றாய்

என்னை தழுவிச் செல்ல

வீசும் புயலில் அசையா

சிலையாய் நின்றி ருந்தேன்...!

உன்னிடம் கூறும் அந்த மூன்றெழுத்துக் கவிதை

எழுதும் இனி யுள்ள என் இனிய வாழ்வை

அலையே சிற்றலையே என்னை

"ஏற்பாயா இல்லை மறுப்பாயா..?"

பீர் முகமது ஈசாக்

காதல் வலி மனதில் உளி

ஏன் உனக்கு - என்மனம் ஏங்குது எதுக்கு......

மனசெல்லாம் தீபறக்கு - எனக்குதான் நீ சரக்கு.....

என் நிழலும் நகர்ந்திட நின் கேட்கும்......

கண்ணிமையும் இமைத்திட காரணம் கேட்கும்......

ஏன் நீ என்னை கண்டு

விலகுகிறாய் - வலி விதைத்திடவே....

நான் அடி உன்னைக் கண்டு

உருகுகிறேன் - உயிர் துடித்திடவே......

என்னை உன்னிடம் தந்தேன் பெண்ணே,

உன்னை என்னிடம் தருவாயோ.....

வாழ்வில் வந்த என் தேவதைப் பெண்ணே,

இணையும் முன்பே நீ பிரிவாயோ......

கண்கள் மூடியே கற்பனை கொண்டால்,

கனவில் வந்தும் நீ கொல்வாயோ.....

காதல் கொண்ட நான் காமன் என்றே,

கோபம் கொண்டு நீ சென்றாயோ.....

சுந்தர் கல்யாண்

காற்றின் தாய்மை

காற்றே! மழலை முதல்

மாய்ந்து போகும்வரை

எனை துரத்தி

உயிரூட்டும் உன்னில்

சிறுவயதில் என்தாயும்

ஓடும்என்னை பிடித்து

சோறூட்ட தவிக்கும்

காட்சி கண்டனே!

என் தாயோ

மூச்சடக்கி முத்தம்தர

நீ மூச்சையே முத்தமாக தருகிறாய்!

ஒருமுறை என்தாய்

தொடுத்த உயிரை காக்க, ஒவ்வொரு

நொடியும் உன்னுயிர் தந்து

தனக்கும் தாய்மையுண்டென நிரூபித்துவிட்டாயேடி...

காற்று பெண்ணே!

மாயாதி

கை சேரா காதலின் கற்பனை

எனது இருட்டு அறையில்

உனது வெளிச்சம் ஏற்றிடவும்

சூரியன் பிறக்க

நீ என் மார்பில் விழிப்பதை காண காத்திருக்கிறேன்.....

எனது விந்து அணு

உனது வயிற்றில் எட்டி உதைத்து

எனது கையில் தவிழ்ந்து

உலகம் புகழ் பெற்றிடவும்.......

நீ சமைத்தது என் வயிற்றை நிறைக்க.....

உன் புன்னகை என் நெஞ்சம் மகிழ....

நாம் என பெற்றது என் மடியில் நிறைய.....

நரை வந்த போதிலும்

நாம் என்று பிணைந்து வாழ ஆசை......

நிறைவேற பல ஆசைகளுடன்

சொல்ல முடியா பயணம் உன்னுடன் தொடர

வாய்க்குமா அந்த வசந்தகாலம்!

ஆ.நிவேதா

சாளரக்கண்கள்

மாமன் வரும் வேளை

மந்தாரை மலர்ந்திருக்க

மைவிழியோ மன்னன் வரும்

பாதை பார்த்திருக்க பூத்தது

பூ மட்டுமல்ல பூ விழி கூடத்தான்

சாளரத்தின் கம்பிகள்

வேலிகளோ உதித்த சூரியன்

உதிரும் நேரம் எப்போதோ

மல்லிகை சூடிய மங்கை

அல்லி பூ சூடிய அழகி

காந்தர்வமாய் கண்களோடு

காத்திருந்தாள் பூத்திருந்தாள்

காயம் உண்டானாள் கயல்விழி

காத்திருந்தன பூத்திருந்தன

சாளரத்தின் கண்கள்

தரிமேந்திரன்

சிற்பமொன்று செய்திட

சிற்பி நான் சிலை வடிக்க

கருங்கல்லும் கண் கவரும்

கன்னங்களை தழுவி மடல்கள் செதுக்க

கோவைகள் கழுத்தை மறைக்க

முன் விரல் கணையாழி முத்தாய்

கஸ்தூரி குழம்போடு கூந்தல் கருப்பு மையாய்

வைரப்பொறிகள் கணுக்கால் சூழ

வெண்மதி முகத்தில் இதழ்கள் சிரிக்கும்

இடையினை நெருங்க உளிகளும் உயிர் கொள்ளும்

சிற்பம் யாரோ....???

என் கவிதை உன் பெயர் சொல்லும்

Raja

தனிமை.

ஆலயத்தில் உள்ள

ஒற்றை கலசம்   போல

உலகிற்கு ஒளி கொடுக்கும்

சூரியன் தனிமையில்

தவிப்பது போல வானில் பறக்கும்

ஒற்றை கழுகு போல

கடலில் வழி தெரியாமல்

தனிமையில் தவிக்கும்

ஒற்றை மாலுமியை போல

கடிதங்கள் ஏதும் இன்றி

தனிமையில் செல்லும்

தபால் காரனை போல

தனிமை என்னும் தீயில்

வாடும் என் இதயமே....

மா.மயில் ராஜ்

தனிமை

உன்னை சுமக்கும் உன் பூமி தனிமை

தன்னந்தனி பாலைவனத்தில்

ஒற்றை மரம் தனிமை

மாங்கனி கொடுக்கும் மாமரம் தனிமை

பூச்செண்டு தோட்டத்தில்

ஒற்றை ராஜா முற்களுக்கிடையே

சிக்கி தவிப்பது தனிமை

உயிர் எழுத்து பன்னிரண்டும் மெய் எழுத்து

பதினெட்டும் இருப்பினும் என்

ஆயுத எழுத்து ஒன்று தனிமை

இருள் சூழ்ந்த பகுதியில்

ஒற்றை விளக்கு கொடுக்கும்

வெளிச்சம் தனிமை

உடலுக்குள் ஒற்றை

இதயம் தனிமை

இவைகளை சொல்ல தூண்டியது என் தனிமை

மு .சூர்யா

திமிர் பிழைத்த நிலவு நான்

நான் உள்ளவரை காதலும் ஆசையும்

அழிய வாய்ப்பில்லை கலையை

காக்கும் கருவியாக இருப்பேன்

வையகம் உள்ளவரை

என் வருகைக்காக பூக்கும் பூக்களும்

வாடுதே விடியற்காலையிலே

நான் சிந்திய கண்ணீரை

மறைக்குதே அந்த ஆதவன்

நட்சத்திரத்தை விட அதிகமாக

கவிஞர்கள் இருந்தும் என் அழகை

முழுமையாக வர்ணிக்க முடியாமல் நிற்பது ஏனோ

என்னை காதலிக்காத யாராவதே காட்டுங்கள்

ஆரத்தழுவி முத்தமிட ஆசை கொள்கின்றேன் ஆனால்

காட்ட முடியாது என்பது தானே இங்கு வேடிக்கை

விக்னேஷ்

தொடுக்கப்படாத கனவு

எத்தனையோ இரவுகள்

எண்ணிலடங்கா கனவுகள்

வருவதால் இலாபமென்ன?

வாழ்க்கை ஓட்டத்தில்

வென்றவர் தோற்றவர் கனவுதான் என்ன?

அறிந்தது உண்டோ? ஆராய்ந்தது உண்டோ?

துயிலில் வரும் கனவு விடியலில் கலைந்து போகும்

துயில விடாமல் வரும் கனவு

சிகரத்திற்கு கொண்டு போகும்

எதிர்பார்க்கும் போது

எதிர்பாராமல் நடக்கும்

விஷயங்களும் உண்டு எதிர்ப்பார்த்த கனவுகள்

எதிர்காலத்தை கலைத்து போட்டதும் உண்டு

எல்லா கனவுகளும்

தொடுக்கப்பட்டது அல்ல காலத்தின் கோலத்தால்

கண்ணீர் வெள்ளத்தில் மூழ்கடிக்கப்பட்டது.

தமிழ்த்தேன் கவிஞன்

நட்பு!

சொந்த கதை

சோக கதை

எல்லாம்

கேட்டு.....

சொந்த காசை

கரியாக்கி....

கலாய் என்னும்

கலையை கற்று

சாகடிப்பான்...

தாடி வளர்ந்த பிறகும்

அடித்து விளையாடுவது

குறைந்ததில்லை...

உயிரெடுத்து

உயிர் கொடுக்கும்....

நட்பு....

M.விக்னேஷ்

நிறைவேறா ஆசைகள்

சாதனையே ஆசைதான்

சாமானிய பாமரனுக்கு

சாகாதது ஆசைதான்

சரித்திரம் படைத்தவனுக்கு....

கரம்பிடிக்க ஆசைதான்

கனவாளும் காதலனுக்கு...

கருவருக்க ஆசைதான்

கற்பிழந்த பெண்ணுக்கு....

வெற்றிதொட ஆசைதான்

முயற்சியில்லா சோம்பேறிக்கு...

வெட்டிவிட ஆசைதான்

சாதிவெறி அப்பனுக்கு....

மனைசேர ஆசைதான்

கடல்கடந்த மீனவனுக்கு

மழைக்காண ஆசைதான்

மண்ணாளும் விவசாயிக்கு!

மணிகண்டன்.அ (இலால்குடி)

நீயும் நானும்

நிலவின் ஒளியில்

நீயும் நானும்

நிறைய கதைகள் பேசி

நினைந்து நினைந்து

நினைவால் உன்னால்

நின்றாய் என்னிடம்

நித்தமும் உன்னில் கலந்திட

நிறைவாய் நானும் எண்ணிட

நின் உள்ளம் கலந்து

நின்றிட நானும் மகிழ்ந்திட

நீச்சமாகிட உன் எண்ணம்

நீங்கும் நாளை எதிர் கொண்டே

நீயாய் வந்து குடை பிடித்து

நிகழ்காலமாய் நிற்கின்றாய்

நித்தமும் கனவில் காண்கின்றேன்

நிழலாய் நீயும் தொடர்கின்றாய்

நீல வானில் பறக்கின்றேன்

நிச்சயமற்று நிற்கின்றாய்

நிலவோ வான்வெளியில் நீந்துகின்றது!

நீயோ இதய கடலில் நீந்துகிறாய்!

நீரும் நெருப்பும் ஒன்றாகிட

நீயாய் நானாய் ஒன்றிணைவோம்

*M.*அனிதா

பள்ளி நாட்கள்

பள்ளி நாட்கள்-பன்னிரண்டு வருடங்கள்

கற்று தந்த பாடங்களும் பெற்று தந்த இன்பங்களும்

மிகையாகி நிற்கிறது நினைவில்!!

ஒவ்வொரு நாட்களும் ஏதேனும் ஒரு வகையில்

அர்த்தம் அடைந்தே நிறைவுற்றது!!

பெரும்பான்மை நாட்களை

நட்பென்ற உணர்வே தன்னுள் நிறைத்துக் கொண்டது!!

மெல்லியதாய் அரும்பிய நேசம்

புன்னகை பூக்களை பகிர்ந்து

மணம் வீசி மனதிற்குள்ளேயே தேக்கம் கொண்டது!!

புத்தகப் பாடங்களை விட

வாழ்க்கை பாடங்களையே

அதிகம் கற்பித்தது

பள்ளி நாட்களே!!

ச.தங்க ஆனந்தி

பிறந்தநாள் வாழ்த்துகள் கொரோனா

கொலையாளிக்கு சிறை...ஆனால்

நீ கொலை செய்யாது இருக்க...எமக்கு

தனிமை என சிறை!

போர்க்களமும் தோற்றது..உன் போக்கில்..

உன்பெயர் தான்...நாட்டின் நாக்கில்!!

உன்னால் வந்த ஊரடங்கு..பல வீட்டில்

வறுமை வந்தது பலமடங்கு!!

உன்னால் ஒரு நன்மை...

நாற்பது நாளும் மேன்மை...

நீ கொலை செய்தது மனிதனை

மட்டும் அல்ல...

மது மோகத்தையும்...

நண்பனை காண பல மாசம்..இன்றுடன்

நீ பிறந்து ஒரு வருஷம்..உனக்கு

வாழ்க வளமுடன் எதற்கு..? சிலர்

வாழ்க்கை அழிந்ததே அதற்கு!!

கா..அபிபாலன்

புரிதலே பெருமை

அறம்பேசாத அகல்தமிழ் நூலில்லை, அண்டத்துள்

அது போற்றா பெறும் அறிஞரும் இல்லை- மனிதனின்

ஊறுகாதலையே தீர்க்கயில்லா காலம்,

அறங் கற்கயேது, அது புரியத்தான் நேரமேது.

அறமேன்னும் பெருநூலின்

அகரமே புரியா புழுக்கள் நாம் - நம்முள்ளும்

எண்ணளவு வண்ணத்துப் பூச்சிகளிருப்பது களிப்பு

இதயங்கள் இங்கே புரிந்துகொண்டால் இன்னல்கள்

ஏதிங்கே! இனிமையே நிலைக்குமிங்கே,

நதியன்ன நல்வாழ்வை புரியாதிருந்தால் வாழ்வில்

ஏதும் நற்பொருள் உண்டோ?

விதியேன்று வாழாதே மானுடா, புரிந்துகொள்,

விழிக்காத கண்ணிருந்தும்

இல்லாததற்கு இடே.

நாகமணி

மலரும் காதல்...

வானவில்லும் அழகுத்திமிர்

இழந்து அதிசயித்துப்

பார்க்குதே..!

பெண்ணே- நீ

வெண்மேக உடையணிந்து

நடந்து செல்லும்போது..!

எனக்குள் ஓர் ஆசை

பிறக்குதே..!

கருமேகங்களை உருக்கி

திருஷ்டி பொட்டுவைக்க..!

அவ்வாறு வாய்ப்பமைந்தால்

சட்டென மனமாறி

என் உதிரம் கொட்டி

செந்நிற திலகமிடுவேனடி..!

உனக்குள் காதல் மலரும் என்ற நம்பிக்கையில்..!

T.Alwin

மழை

தொடங்கும் போது

காதலியைப் போல்

மகிழ்ச்சியாய்த் தெரிந்த மழை

தொடர்ந்து கொண்டே இருப்பதால்

மனைவியைப் போல்

தொல்லையாகத் தெரிகிறது

இன்னும் நீடித்தால்

மருமகளைப் போல்

வீட்டிற்குள் புகுந்து

நம்மை வெளியேற்றி விடுமோ

என்றே தோன்றுகிறது

தமிழ் நாட்டில் இரண்டு

நாளாக கனமழை

இடைவிடாமல் பெய்கிறது!

குமார்

மன நம்பிக்கை

நிறைவேறா ஆசை

என்று தெரிந்தும்

ஏனோ என் மனம்

அதையே கேட்கிறது

தன்னுள்ளேத்தான் ஆசையை

புதைக்கப்பட போகின்றது

என்பதை தெரிந்தும்

ஏனோ மறக்கிறது

என் மனம் எனது மனக்கண்

ஆசை பட்டியலில்

இதுவும் ஒன்றாகும்

என்பதை அறிந்தும்

ஏன் உதயமாகிறது ஆசை

என்றோ ஒரு நாள்

நிறைவேறும் என்று

நம்பிக்கையே என் மனதிற்கும்

ச. ஜெயஸ்ரீ

வகுப்பறையினுள் அவள்

வகுப்பறையில் அவள் நுழைந்தவுடன்,

தன்னை நிறம் மாற்றிக் கொள்ள வரம் கேட்டது -
கரும்பலகை

தன்னை மெத்தையாக மாற்றி கொள்ள வரம் கேட்டது
- இருக்கை

தன்னை தொட்டுக் கொண்டிருப்பதால் வாழ்நாள்
முழுதும் மையை விட்டுகொண்டிருக்க வரம் கேட்டது -
எழுதுகோல்

தன்னை படிக்க இருக்கும் தேவதையின் பெயரினை
பதிக்க வரம் கேட்டது - புத்தகம்

இந்த வரிசையில் இத்தகைய அவளிடம் மரணத்திற்கு
முன் பேச வரம் கேட்டேன் - நான்

க.ராம்குமார்

வாழ்க்கை வழி

நடப்பவை நடக்கட்டும் நடந்தவை இருக்கட்டும்

நடந்துகொண்டே இரு நாட்கள் நகரட்டும் !

நேற்று முடியட்டும் நேரலை நம் வசமாகட்டும்

நேர்மையாக இரு வாழ்க்கை மலரட்டும் !

பறவை பறக்கட்டும் மனிதன் பார்க்கட்டும்

நடக்க முடியாத இடத்தில் அவன் பறக்கட்டும் !

ஏழ்மை தீரட்டும் தீர்ந்தபின் மறையட்டும்

ஏளனமாய் பார்த்தவன் பதறட்டும் !

தோல்வி படிக்கட்டும் வெற்றிக்கு நடைக்கட்டும்

தோல்வி நன்று எல்லாரும் உணரட்டும் !

மனம் அலைபாயட்டும் அலைந்தபின்
அனுபவமாகட்டும்

அந்த அனுபவம் வாழ்விற்கு உரமாகட்டும்   !

துன்பம் தூண்டட்டும் தூண்டியபின் நிலைக்கட்டும்

தூரம் நின்று வாழ்க்கை தூர் வாரட்டும்!

பொன் கலையரசன்

வீரனுக்காக

இப்பாரத சமுத்திரத்தை பாதுகாக்கும் பக்குவனே...

யாம் களிக்கக் காரணம் நீ கலியுகக் காவலனே...

உன் முன் ஒளித்தரும் பரிதியும் வணங்கும்...

வளி தரும் குருதியும் வணங்கும்...

மழை தரும் விண்ணும் வணங்கும்...

அலை தரும் ஆழியும் வணங்கும்...

நிழல்தரும் விருட்சமும் அழல் தரும் எரிமலையும்

உன் களம் கண்டு கண்ணீர் கொட்டும்...

என்பின் சதை போல் எம் அரணாய் உள்ளவனே...

பல வேதங்கள் அறியா வேதனும் நீ...

பாரத சுவரை காக்கும் சூதனும் நீ..

கவசம் போன்ற என் தலைவனும் நீ

காலம் போற்றும் காவலும் நீ...

எங்கள் வாழ்வை காக்கும் வானவனே...

எக்காலமும் மறவா காஷ்மீர் வீரனே... உன்னை
வாழ்நாள் முழுவதும் நான் போற்றுவேன்...

சம்யுக்தா

அம்மா

வண்ணங்கள் தீட்டப்படாத என் ஓவியத்தை

வண்ணங்கள் நிறைந்தாய் மாற்றினாய்.

என்னுடைய கனவிற்காக உன்னுடைய

கனவுகளை தியாகம் செய்தாய்.

ஊரார் பெண் பிள்ளையா என்று எண்ணி நகையாட
ஆண்.

மகன் அளவிற்கு வளர்த்தாய்.

கணவன் துணை இல்லை என்றாலும் உன் மனம்.

எப்பொழுதும் கலங்கவில்லை.

தைரியம் கூறுவதில் தந்தைக்கு ஈடானை.

என் கவலைகளை கூறும் சமயத்தில் தோழியானாய்.

பிழைகளை செய்யாத நீ ஏதோ ஓர் இடத்தில்
தவறினை.

செய்து இன்று வரை விடை தெரியாமல் இருக்கிறாய்.

என்னுடைய இன்பத்திற்காக உன் இன்பம்
அனைத்தையும்

துறந்தார்.

என் இன்பம் உன் இன்பமாய் மாறியது.

என் துன்பம் உன் துன்பமாய் மாறியது.

நான் அழுதால் உன் இதயம் நொறுங்கி விடும்
என்பதால்.

அழுகையை மறந்தேன்.

உன்னைப் பற்றி கவிதை எழுத என்னிடம் வார்த்தை
இல்லை.

ஏனெனில்,

கடவுளின் மறு உருவமாய் நீ மாறியதால்.

நந்தினி

அமளியின் ஓலம்

அமளியில் அவதரித்ததோர் அகண்ட பேரண்டம்

ஒருமித்த கருத்தென்றும் ஒன்றுண்டா இங்கே

ஆன்மிகமும் அறிவியலும் மதத்தினால் முரண்படவே

இயற்கையும் மனிதனும் பேராசையினால்
பிளவுப்பட்டனரே

அரசாங்கம் ஒழுக்கத்திற்கெனில் ஆயுதப்படை
அதற்கேனோ

மொழிப்பற்றும் பண்பாடும் பிரசாரத்தின்
பொருள்தானே

அகலமாக்கிய ஆறுகளை நுரைகளினால்
நிரப்பிடுவோம்

ஏரிக்காக போராடுவோம் ஏக்கராக்கி கூறு போடுவோம்

தளபாடங்களின் வியாபாரிகள் காடுகளின் காப்பாளனோ

உப்பளித்த உவர்க்கடல் கருங்கடலானதை
காணவில்லையோ

அமுதளித்த தூவானத்தை அமிலந்தரும்
துர்மேகமாக்கினோமே

மேடான மலையெல்லம் மொட்டையடித்து மிதித்தோமே

புன்செய் புழுதியானதை புரளியென்று பறைசாற்றி

விதியென்று விரக்தியிலே விவசாயியை வீழ்த்தினோமே

விஞ்ஞானமும் தொழில்நுட்பமும் பட்டங்களும்
பயிற்சிகளும்

பாமரனின் பசிதீர்க்கவோ பஞ்சத்தினை பயிரிடவோ

பட்டறிவில்லாதவன் பதவியிலும் புரட்சியாளன்
பட்டினியிலும்

படித்தவன் பித்தனாகவும் பாட்டாளி பரதேசியாகவும்

உலவுகின்ற இவ்வுலகில் சமத்துவமும் பிறந்திடுமோ

அழுதிட்டும் அடங்கிடுமோ ஓலமிட்டும் ஓய்ந்திடுமோ

அவணி அமைதியும் அடைந்திடுமோ ஆண்டவனே!!!

ரேவதி சந்தானம்

இந்திய நாட்டு வீரர்கள்

இந்திய நாட்டிற்காக விளைந்த முத்துகளே

எவராலும் மனதிலிருந்து அழிக்கமுடியாத
சொத்துக்களே

வீரமாய் படைக்க சொன்னேன் -அந்த

வீரத்தையே படைத்து விட்டான்

நெஞ்சில் வீரத்தை பிறப்பலே விதித்தான்

நெஞ்சில் அச்சம் என்பதை மண்ணோடு புதைத்தல்

சவால்களை குண்டூசி கொண்டு தகர்ப்பதும் குண்டு வீசி

தகர்ப்பதும் எம் வீரர்களின் வீர விளையாட்டு

எதிரி வருவான் படையோடு அதை எதிர்த்து நீ
நடைபெறுகிறது

போர்க்களத்தில் ஈடுபட்டு வெற்றியை நிலைநாட்ட
பாடுபட்டு

சிறையில் பலரும் அடைப்பட்டு பல இன்னல்களில்
கஷ்டப்பட்டு

அனுபவம் பாடங்களை எல்லாம் காட்டிவிட்டு
சென்றாயே

யாரடா நீ? என் தாயா? என் தந்தையா? இல்லை

அந்த இறைவனுக்கெல்லாம் தலைவனா

ம. கபி பாலன்

கிராமத்துப் பெண்மை

பிறப்பும் கொண்டாட்டமில்லை அவளுக்கு...

பெண்ணா?... என்று கிடத்திய சமூகம்

வளரும் போதும் அத்துணை மகிழ்ச்சியில்லை

பள்ளிப்பாவடை சட்டையுடனே சமைத்துக் கிடந்தாள்...

படிப்புக்காக பள்ளிக்கு சென்றதை விட்டுவிட்டு

பசிக்காக பள்ளி அனுப்பிய அவலத்தில் வளர்த்த
பெண்மை

பருவம் வந்த முதல் மாதத்தில் தலைக்குமேல்

வைத்துக் கொண்டாடிய கிராமம்... .மறுமாதமே

தீட்டென்று ஒதுக்கிய நிலையறியா மங்கை அவள்!

சற்று நேரத்தில் மதிப்பிழந்த உணர்வு அவளிடம்...

காதல் என்ற உணர்வு என்னவென்பதை அறிவதற்குள்

கல்யாணம் எனும் பந்தத்தினுள் தள்ளிவிடும் உறவுகள்

அவர்களுக்குத் தெரிவதில்லை...

இவளின் மனதில் படிந்த கனவுகளின் கரைகள்!!!....

கல்வி என்ற பயணம் தொடருமுன்னே...

அப்படி என்ன அவசரம்?? என் கல்யாணத்திற்கு!!...

என்று கேட்கக்கூட திராணியில்லை அவளுக்கு...

பேச்சுரிமை மட்டப்படுத்தியே வளர்த்த சமூகத்தில்....

கல்வியும் கிட்டாமல்... காதலும் அறியாமல்

இங்கு கனவுகளைத் தொலைத்த பெண்மை பல
இங்கு...

பல பெண்களின் கனவுகளைப் புதைத்தாலோ
என்னவோ?சில கிராமங்கள் இன்னும் கானல்காடாகவே
காட்சியளிக்கிறது!

சங்கீதா நாகு

நட்பின் தேடல்

நினைவுகள் நிஜமாய் தொடர

நெஞ்சம் தேடும் நட்பை சேர

கடந்து போன கல்லூரி காலம்

கையில் தொடர்ந்திடாதோ!

கரைத்தொடும் அலைகள் போல்

உன் உரையாடல் உள்ளம் கேட்க உதிர்ந்து போன

உடனிருந்த நேரங்கள் களையா காவியமாய்
வந்திடாதோ.!

சிரித்து மகிழ்ந்த நாட்கள் எல்லாம்

சில்லறையாய் சிதறி போக

சித்திரமாய் வந்த உறவே

சில்லுசில்லாய் உடைந்ததேனோ..!

நாம் சேர்ந்து சென்ற பாதை இன்று

நான் செல்ல தனித்து நின்று

நகைத்து பார்க்கும் நந்தவனமாய்

விழிகளில் தோன்றுவதேனோ.!

தவறுகள் செய்ததுண்டு தண்டனைகள் பெற்றதுண்டு

இணைந்த கைகள் இரண்டு

இடரின்றி பிரிந்ததேனோ..!

பிரிவுகள் மறந்து தானே- பிறர்

பொறாமை கொண்ட நம் நட்பு துளிர்விடும் தளையாய் மீண்டும்

தழைத்திட காத்திருக்கும் என் இதயமே!

கசீபாலா

பெண்மை

பெண் என்பவள் யாரோ இருவருக்கு

மகளாக பிறந்து யாரோ

ஒருவரை மணந்து - அவள்

மணந்த அந்த ஒருவருக்காக தன்

கனவுகளை இழந்து - அவளுக்கு

பிறக்கும் குழந்தைகளின் ஆசைக்காக தன்

ஆசையை இழந்து அவள் பல வலிகளை மறைந்து

தன் கணவனுக்கு இன்பத்தையும்

தன் குழந்தைக்கு பாசத்தையும்

வீட்டில் உள்ளவருக்கு சமைத்தும்

சமூகத்தில் ஏற்படும் இன்னல்களை சமாளித்தும்

தனக்கு என வாழமால்

தன் குடும்பத்திற்காக வாழ்ந்து - பல

சாதனைகளை சாதாரணமாய் -

செய்யும் நம் நாட்டின் பெண்களை

நம் இரு கண்களாய் பார்க்க வேண்டும்..........

பெண் என்றாள்

பெருமையும், பொறுமையும்

இவைதான் பெண்மை...

சு . மாரியப்பன்

நம் இரு கண்களாய் பார்க்க வேண்டும்..........

மனமும் புத்தியும்

பாரம்பரிய விளையாட்டுகள் தான் எத்தனை விதம்....

பகை விரட்டி கட்டி புரண்டிட கபடி...

ஒற்றைக் கால் வேடம் பூண்ட பாண்டி...

பள்ளக்குழியில் விழுந்து மீளும் பல்லாங்குழி...

கண் கட்டி தப்பி பிழைக்கும் கண்ணாமூச்சி...

சூதாட்ட கட்டம் தாண்டும் பகடை...

இவை யாவும் உன் ஒற்றை விளையாட்டில் தோற்றன...

என் பலவீன மனதோடு நீ ஆடும் சுயநல சதி
ஆட்டம்...

இதில் சுவாரஸ்யம் என்னவென்றால்...

சற்றும் சளைக்காமல் நகைக்கிறேன்.,

காயப்பட்டது நான் என தெரிந்தும்.!

மனம் எனக்கு வலிமை எனும் கர்வம் அதிகம் தானோ.?

புத்தி சுக்கு நூறாய் உடைந்த பின் உனக்கேது வலிமை!

மஞ்சுளா சிவராஜ்

மேன்மைமிகு பியிந்த செருப்புகள்

மேன்மை மிகுந்த பியிந்த செருப்புகளே!

நீங்கள் யாராலும் விரும்பப்படுவதுமில்லை!

எதன் மீதும் நீங்கள் பொறாமை கொள்வதுமில்லை!

எங்களால் செலவிடப்பட்ட பணத்திற்கும்

விஞ்சிய உங்களின் உழைப்பால்

நாள்தோறும் நேரந்தோறும் கற்களோடும் முட்களோடும்

புறமுதுகிடமல் சண்டையிட்டு எங்கள்
பாதங்களைக்காக்க

உங்களையே ஈகை செய்திருக்கிறீர்கள்!

நன்றியுணர்வு அற்றுப்போன மனிதர்கள்தான்

நீங்கள் தேய்ந்து போனதும் எங்கேயோ வீசிஎறிந்து

தன் ஆறாம் அறிவை அபத்தமாக்க முனைகின்றனர்!

இனி எவரும் பியிந்த செருப்பில் அடிப்பேன்

என்றாலும் வாங்கிக் கொள்ள பெருமைப்படுவேன்!

நான் திருந்த!!!

உங்களிடம் அறைப்பட்ட பிறகாவது...

ஜெ.கார்த்திக்

லஞ்சம்

இலஞ்சம் நம் கருவறையில் தொடங்கி நம் கல்லறை
வரை நம்மோடு பிண்ணி பிணைந்து பிரிக்காமுடியா
ஒன்று!..

சின்னஞ்சிறு வயதில் கடைவீதி சென்றுவந்தால் மீதி
உனக்கு என அம்மாக்கள் கற்றுக்கொடுத்த பழக்கம்
இன்று வரை தொடர்கிறோம்!..

சும்மாவா சொன்னான் கவிஞன் தொட்டில் பழக்கம்
சுடுகாடு மட்டும் என்று!..

அன்று நாம் கற்ற இந்த வித்தையின் விளைவுதான்
இன்று தகுதி இருந்தும் மருத்துவப்படிப்பிற்கு கையூட்டு
கொடுக்க வேண்டிய கலியுகத்தில் வாழ்கிறோம்!..

இருபது ஆண்டுகளுக்கு முன்னர் கனவாக இருந்த
கல்லூரி படிப்பு இன்று நிறைய குழந்தைகளுக்கு பள்ளி
படிப்பே கனவாக இருக்கிறது!..

ஊழல் லஞ்சத்தின் முதற்படி!.. சிறிய தவறை மறைக்க
நாம் கொடுக்கும் லஞ்சம் அடுத்து அவர்களை பெரிய
ஊழல் செய்ய தூண்டுகிறது!.

என் தேசத்தை நாசமாக்கிய சொல் ஊழல்!..நீர், நிலம்,
காற்றில் தொடங்கி எம்மின குழந்தைகள் பசியாறும்
சத்துணவு வரை புற்றுநோய் போன்று தேக(ச)ம்

எங்கும் பரவியிருக்கு!..இதற்கு முடிவுதான் என்ன?. என ஏங்குகிறாயா?.

அப்படியெனில் நீயும் என்னவனே!..தொலைத்த இடத்தில்தான் அதை தேடவேண்டும்!.. விதைத்த இடத்தில்தான் அதன் வேரை அறுக்க வேண்டும்!.

.எங்கு தொடங்கினோமோ அங்குதான் இதற்கு முற்றுப்புள்ளி வைக்கவேண்டும்!..கருவறையில் கற்றதை கருவறையில் கருவருப்பொம்!..நாளைய தலைமுறைக்கு கருவிலே சொல்லி வளர்ப்போம்!.

லஞ்சம் வீட்டிற்கு நாட்டிற்கு நல்ல சமுதாயத்துக்கு கேடு என்று !..இன்று நாம் போடும் விதைகள் இன்று விதைகளாக இருக்கலாம் ஆனால் நாளை அது விழுது விட்டு விருட்சம் ஆகும். அன்று அதன் நிழலில் நிம்மதியாக இளைப்பாருவோம்!..

ம. இராஜபிரதீவ்

வாழ்க்கை

வாழ்க்கை என்பது வாழ்ந்தால் தானே தெரியும்

பல்வேறு எண்ணங்கள் தோன்றி

உன் இலட்சிய கனவை சிதைக்க முற்படும்

அந்த நேரத்தில் உன் மனம் சொல்வதை மட்டும்
கவனத்தில் கொள்

உன் பாதையை நோக்கி ஓடு

உனக்காக பயணம் இங்கே....

ஓடு.... ஓடு....நின்றுவிடாதே

உனக்கு என்ன வேண்டுமோ எடுத்துக் கொள்....

உலகமே ஏங்கி தவிக்கிறது

நீ எப்போது வெற்றியடைவாய்? என்று

S.stephy

75

76